ಆ ಅಂಕಿಗಳ ಕಥೆ

THE NUMBER STORY

SMALL BOOK ONE

ENGLISH - KANNADA

Numbers Teach Children Their Number Names

written and illustrated by

MISS ANNA

Early Reader Edition of *The Number Story 1*
Bronze Medal Winner, 2016 Wishing Shelf Book Award

Library of Congress Control Number: 2018902040

Names: Miss Anna, author.
Title: Number story : numbers teach children their number names / Miss Anna.
Description: Portland, OR: Lumpy Publishing, 2018.
Identifiers: ISBN 978-1-945977-74-9 | LCCN 2018902040
Summary: The pictures and rhymes present stories which introduce numbers 0-10.
Subjects: LCSH Numeration—English--Kannada--Pictorial works--Juvenile literature. | BISAC JUVENILE NONFICTION /
Languages: English--Kannada
Classification: LCC QA141.3 .M57 2018 | DDC 513—dc23

Publisher: Lumpy Publishing
Website: www.missannabooks.com
Email: missanna@missannabooks.com
Facebook: Miss Anna Lumpy

Paperback: ISBN 978-1-945977-74-9
Printed in the U.S.A.   1 3 5 7 9 10 8 6 4 2

Want to learn our number names?

ನಮ್ಮ ಅಂಕಿಗಳ ಹೆಸರುಗಳನ್ನು ಕಲಿಯಬೇಕೆ?

It is very easy and a lot of fun!

ಇದು ತುಂಬಾ ಸುಲಭ ಮತ್ತು ಬಹಳ ಮಜಾ ಇದೆ!

Say-along our little jingle

ಎಲ್ಲರೂ ಒಟ್ಟಾಗಿ ನಮ್ಮ ಋಣಕ ಪದ್ಯ ಹೇಳಿ.

starting from Number One!

ನಾವು ಅಂಕಿ ಒಂದರಿಂದ ಆರಂಭಿಸೋಣ!

1

ಒಂದು

ನನ್ನ ಒಂದು ಬೆರಳಿನಂತೆ ಕಾಣುತ್ತದೆ.

ONE!
ಒಂದು!

2

TWO   trails a tail.

೨ ಎರಡು

ಹಿಂಬಾಲಿಸುವ ಒಂದು ಬಾಲ

A TAIL! ಒಂದು ಬಾಲ!

3

THREE   has bumps.

ಇ ☆ ಮೂರು

ಇದಕ್ಕೆ ಉಬ್ಬುಗಳಿವೆ.

BUMPY!
SEE THE BUMPS?
ಉಬ್ಬು
ತಗ್ಗಾದ!
ಉಬ್ಬು ತಗ್ಗುಗಳಲನ್ನು ನೋಡು!

4

FOUR   carries a sail.

ಳ ನಾಲಕ್ಕು
ಒಂದು ಹಾಯಿಯನು ಹೊತ್ತಿದೆ.

4
A SAIL!
ಒಂದು ಹಾಯಿ!

FIVE   is a racing track.

ಈ ☆ ಐದು

ಇದು ಪಂತದ ಓಟದ ಒಂದು ದಾರಿ.

5
VROOM
ವ್ರೂಮ್!

6

SIX curves like a snail.

ಅ ☆ ಆರು

ಒಂದು ಬಸವನ ಹುಳದ ತರಹ
ಸುತ್ತಿಕೊಂಡಿದೆ.

ಒಂದು ಬಸವನ ಹುಳ!

7

SEVEN has a sharp angle.

೭ ಏಳು

ಇದಕ್ಕೆ ಒಂದು ಚೂಪಾದ ಕೋನವಿದೆ.

OUCH!
ಔಚ್!
IT'S
SHARP!
ಇದು ಚೂಪಾಗಿದೆ!

8

EIGHT   is rollercoaster rails.

ಲ ⋆ ಎಂಟು

ಇವು ಒಂದು ರೋಲರ್ ಕೋಸ್ಟರ್ ಹಳಿಗಳು.
ರೋಲರ್ ಕೋಸ್ಟರ್

ಎಯ್‌!
YIPPEE!

NINE   is a bubble on a stick.

೯ ☆ ಒಂಬತು

ಇದು ಒಂದು ಕೋಲಿನ
ಮೇಲೆ ಒಂದು ಗಾಳಿಗುಳ್ಳೆ.

A BUBBLE!

ಒಂದು ಗಾಳಿಗುಳ್ಳೆ!

10

TEN is an eye of a whale.

೧೦ ☆ ಹತ್ತು

ಇದು ಒಂದು
ತಿಮಿಂಗಲದ ಒಂದು ಕಣ್ಣು.

HELLO!
ಹಲೋ!

And

ಮತ್ತು

0

ZERO   is an empty pail.

೦ ಸೊನ್ನೆ

ಇದು ಒಂದು ಖಾಲಿ ಬಕೆಟ್.

IT'S EMPTY!
ಇದು ಖಾಲಿ!

Thank you for playing with us today.

We had a lot of fun too!

ಇಂದು ನೀವು ನಮ್ಮೊಡನೆ ಆಟವಾಡಿದ್ದಕ್ಕೆ ಧನ್ಯವಾದಗಳು. ನಮಗೂ ತುಂಬಾ ಖುಷಿಯಾಯಿತು!

We are your Number friends,
Zero to Ten,
Who will be here for you~
ನಾವು ನಿಮ್ಮ ಅಂಕಿಯ ಸ್ನೇಹಿತರು
ಸೊನ್ನೆಯಿಂದ ಹತ್ತು.
ನಾವು ಯಾವಾಗಲೂ ನಿಮಗಾಗಿ
ಇಲ್ಲಿ ಇರುತ್ತೇವೆ!

Bye-bye now!
See you again soon.
ಈಗ ಬೈ ಬೈ!
ಮತ್ತೆ ನಿಮ್ಮನ್ನು ಬೇಗ ನೋಡೋಣ!

www.ingramcontent.com/pod-product-compliance
Lightning Source LLC
Chambersburg PA
CBHW041058050726
47599CB00018B/2190